em là
vì sao sáng

AF834795

tập thơ nhạc

nhiều tác giả

tưởng niệm

Quách Thị Trang

EM LÀ VÌ SAO SÁNG
tuyển tập thơ nhạc nhiều tác giả

Chịu trách nhiệm bản thảo: QUÁCH AN ĐÔNG
Biên tập và trình bày: Nguyễn Minh Tiến
Thiết kế bìa: Họa sĩ Đình Khải
Xuất bản lần thứ nhất tại Hoa Kỳ: Tháng 1 năm 2022
Tái bản lần thứ nhất tại Việt Nam: Tháng 5 năm 2022
Tái bản lần thứ hai tại Hoa Kỳ: Tháng 6 năm 2023.
Ấn bản đặc biệt kỷ niệm 60 năm
ngày hy sinh của Quách Thị Trang
Tái bản lần thứ ba tại Hoa Kỳ: Tháng 2 năm 2024.

Tranh, ảnh phụ bản do gia đình cung cấp
và được phép từ người giữ bản quyền.

ISBN: 979-8-8691-5315-9

NHÀ XUẤT BẢN LIÊN PHẬT HỘI
UNITED BUDDHIST PUBLISHER

QUÁCH AN ĐÔNG

sưu tầm và tuyển chọn

EM LÀ VÌ SAO SÁNG

tuyển tập thơ nhạc

Bàng Nam - Bùi Nguyên Tín - Hoài Song Thu - Đỗ Nghê (Đỗ Hồng Ngọc) - Kiên Giang - Minh Đường - Ngọc Minh - Nguyễn Hiền - Nguyễn Hùng Trác - Nguyễn Minh Hoàng - Nguyễn P. Huệ - Phan Nhựt Minh - Phùng Kim Chú - Quất Hiên - Tâm Hải - TK - Thạc Bách - Thanh Trúc - Trụ Vũ - Trúc Thiên - Tú Kếu - Vân Nương - Vi Thoại - Vũ Hoàng Chương - Vũ Thị Hải - Xuân Thanh Huyền

NHÀ XUẤT BẢN LIÊN PHẬT HỘI
UNITED BUDDHIST PUBLISHER

Mục lục

Nhạc phẩm **Em Là Vì Sao Sáng**
của nhạc sĩ Nguyễn Hiền,
phát hành lần đầu tiên năm **1964**

LỜI NHÀ XUẤT BẢN

Đối với những ai sinh ra và lớn lên ở miền Nam Việt Nam kể từ thập niên 60 trở về sau, hầu như tên tuổi và hình ảnh của chị Quách Thị Trang không hề xa lạ. Tên chị gắn liền với tượng đài ngay phía trước chợ Bến Thành, một biểu tượng quen thuộc của Sài Gòn, và cũng gắn liền với một nhạc phẩm đã đi vào tâm hồn của những thế hệ cùng thời cũng như sinh ra và lớn lên sau chị. Đó là nhạc phẩm Em Là Vì Sao Sáng của nhạc sĩ Nguyễn Hiền.

Gọi là "em" vì Quách Thị Trang đã vĩnh viễn nằm xuống khi tuổi đời chưa tròn đôi tám, và hình ảnh thanh xuân đó như còn sống mãi trong lòng người, cho dù nếu có cơ hội sống đến hôm nay thì Quách Thị Trang cũng đã ngoài độ tuổi "cổ lai hy".

Nhưng lịch sử hẳn không thiếu sự bù trừ khi cướp đi sự sống của Quách Thị Trang ngay độ tuổi trăng tròn, vì chính lòng quả cảm và sự hy sinh anh dũng của Quách Thị Trang đã dựng lên giữa cuộc đời này một tượng đài sừng sững, cả về nghĩa đen lẫn nghĩa bóng. Chúng ta đã nhìn thấy tượng đài mang hình bóng Quách Thị Trang ngay giữa Sài Gòn hoa lệ, và cũng thấy cả những tượng đài tưởng niệm sự hy sinh của Quách Thị Trang trong lòng mỗi người dân yêu chuộng tự do và hòa bình.

Dòng máu đỏ chảy ra từ quả tim non nớt kia đã góp phần viết thêm những dòng chói ngời vào trang sử Đạo trong mùa Pháp nạn 1963. Thời gian trôi qua, có rất nhiều câu chuyện rồi sẽ đi vào quên lãng, nhưng sự hy sinh của Quách Thị Trang sẽ còn được nhớ đến mãi mãi trong lòng người Phật tử.

Sáu mươi năm đã trôi qua kể từ ngày Quách Thị Trang ngã xuống. Nhà xuất bản Liên Phật Hội quyết định tái bản tập thơ này qua hệ thống phân phối toàn cầu để đáp lại tấm lòng của đông đảo của quý độc giả gần xa, đã nhiệt tình đón nhận tập thơ qua lần xuất bản đầu tiên tại Hoa Kỳ cũng như khi tái bản tại Việt Nam. Hàng ngàn bản in đã được chuyển đến khắp nơi, trong cũng như ngoài nước, và chúng tôi đã nhận được rất nhiều những phản hồi tích cực. Để bày tỏ lòng biết ơn trước sự quan tâm khích lệ của độc giả, chúng tôi đã cố gắng hết sức để chỉnh sửa hoàn thiện hơn trong lần tái bản này.

Bản in đặc biệt này là để kỷ niệm 60 năm ngày hy sinh của Quách Thị Trang và cũng là 60 năm Phật giáo vượt qua mùa Pháp nạn 1963. Việc ghi nhận và lưu giữ sự kiện này trong thơ nhạc cũng là một nén tâm hương để tưởng nhớ đến chư vị thánh tử đạo tăng ni cũng như Phật tử, đã không nề gian khó hiểm nguy vì sự trường tồn của Đạo pháp.

Mong rằng tập thơ sẽ đáp ứng được lòng mong mỏi của bao người yêu mến và thương tiếc Quách Thị Trang.

Westminster, California, 2023

NHÀ XUẤT BẢN LIÊN PHẬT HỘI
UNITED BUDDHIST PUBLISHER

TƯỢNG ĐÀI LIỆT NỮ QUÁCH THỊ TRANG

PHI LỘ

Mùa hè năm 2021, chúng tôi có dịp đọc luận án tiến sĩ của Ryan Nelson tại University of California, Berkeley với tựa đề *"South Vietnam: A Social, Cultural, Political History, 1963 to 1967"*. Tác giả khảo cứu các yếu tố lịch sử xã hội, văn hoá và chính trị của miền Nam Việt Nam từ năm 1963 đến năm 1967, phần lớn dựa vào những tin tức và bài viết trên báo chí đương thời ở Sài Gòn.

Trong phần đầu của luận án, tác giả có nói đến sự hy sinh của nữ sinh Quách Thị Trang vào ngày 25 tháng 8 năm 1963 và ảnh hưởng của sự hy sinh ấy trong lịch sử thời đó.

Chị Quách Thị Trang là người con thứ tư trong gia đình chúng tôi. Để tưởng niệm chị và góp thêm tài liệu cho thời kỳ lịch sử này, chúng tôi cố gắng sưu tập và xuất bản những bài thơ viết về chị đã đăng trên báo chí Sài Gòn từ sau ngày hy sinh của chị. Mong rằng việc xuất bản tập thơ này sẽ góp phần ghi nhận những ảnh hưởng sự hy sinh của chị trong lòng người và trong lịch sử Việt Nam.

Rất tiếc là có nhiều bài thơ đã bị thất lạc trong những năm gia đình chúng tôi phải di chuyển nhiều lần, nhưng chúng tôi cũng lưu giữ được một số bài đã đăng rải rác trên báo chí Sài Gòn trong khoảng thời gian từ lúc chị hy sinh cho đến vài năm sau đó. Trong số các tác giả, ngoài các thi sĩ nổi tiếng như Vũ Hoàng Chương, Trụ Vũ, Tú Kếu Trần Đức Uyển... còn có nhiều người khác, phần lớn là những người trẻ tuổi thương mến và cảm phục sự hy sinh của chị. Những dòng thơ của họ có thể không trau chuốt cầu ky nhưng đều bộc lộ sự chân thành thương tiếc chị.

Do điều kiện xa xôi cách trở nên chúng tôi không thể liên lạc được với từng tác giả để xin phép. Hơn nữa, với thời gian trôi qua đã quá lâu, một số tác giả cũng không còn nữa và chúng tôi không biết được ai là người thừa kế. Do vậy, chúng tôi xin kính lời tri ân đến tất cả và mong quý vị niệm tình bỏ qua cho sự thiếu sót này.

California, ngày 25 tháng 8 năm 2021
Nhân ngày giỗ thứ 58 của chị

Quách An Đông

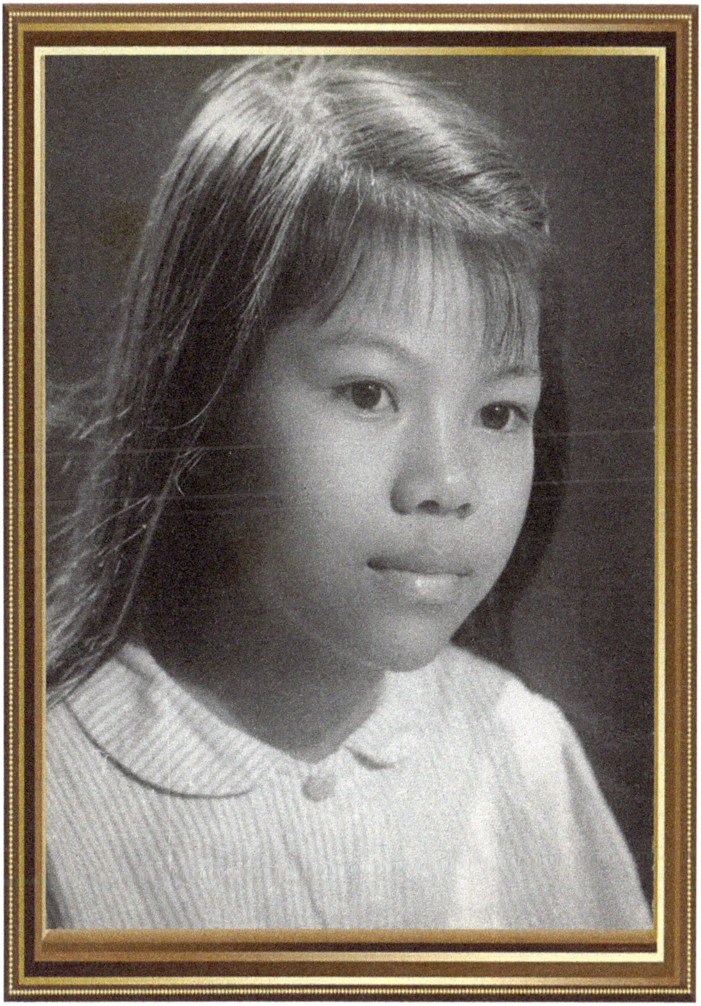

DI ẢNH QUÁCH THỊ TRANG

một vì sao nhỏ

Tâm thành tưởng niệm người con gái học trò
đã đem áo trắng mùa xuân
đắp trái tim lịch sử.

M. Đ.

Ngửa mặt nhìn trời xanh tháng giêng
Mây bay về mấy nẻo ưu phiền
Còn đây cỏ dại sầu Xuân Nữ
Sách vở mồ côi lỡ bút nghiên

Tháng chạp bơ vơ người ở lại
Mùa thu hờn giấc ngủ trên mi
Em đi khép kín mùa thu trước
Đời có ai hay mới nửa thì?!!!

Dãy ghế buồn tênh giờ Việt sử
Âm ba lồng lộng mấy ngày xưa
Tôi nghe trong tiếng hồn non nước
Có tiếng cười Em, linh hiển chưa!

Buổi sáng ra đi đời trở bệnh
Mẹ cha nhìn tuổi dại anh em
Lòng đau số kiếp tròn cung bậc
Một thế kỷ dài trong bóng đêm!

Em đi áo trắng màu Thông Điệp
Tuổi chín mùa Xuân vá sử xanh
Tóc xõa muôn nghìn tinh tú nép
Trời Nam sáng rực lửa bình minh

Em đi tuổi trẻ đâm chồi lộc
Bỏ quán chiều nao cốc vỡ say
Ngói đỏ trường Em lên tiếng khóc
Nghìn năm ngửa mặt nhìn mây bay.

Em đi, đi mãi không về nữa
Để vạn buồn cho lứa tuổi Em
Đôi mắt đẹp nào khi khép kín
Một vì sao nhỏ thắp đêm đêm ...

Saigon, Tháng chạp - 1963

Trích mục Tâm Tư Thời Đại,
Nhật báo Ngày Nay,
thứ Bảy, 11 tháng 1 năm 1964

Minh Đường

Lời bàn

MIINH ĐƯỜNG, trong bài thơ Một Vì Sao Nhỏ, đã làm tôi suy nghĩ không ít. Thật vậy, việc cô Quách Thị Trang hy sinh cho đại nghĩa, ở thời kỳ tiền cách mạng, đã trở thành một đề tài cho thi ca. Nhưng làm được một bài thơ "hay" với đề tài ấy thì không dễ chút nào hết!

Có hai phương thức để khai thác đề tài: Trực tiếp và gián tiếp. Dùng phương thức thứ nhất tức là trong bài gọi đích danh cô Trang mà kể lể, hoặc ca ngợi, vẽ lại hẳn bầu không khí đấu tranh lúc ấy và gắng làm sống lại vai trò lịch sử của Trang. Thơ gởi đến tòa soạn có đến 3, 4 chục bài, sáng tác theo phương thức này, nhưng chưa ai thành công được cả.

Bạn Minh Đường, có lẽ cũng đã cân nhắc kỹ lưỡng, nên lựa phương thức thứ hai: Chỉ gợi đến vang bóng của người nữ sinh dũng cảm ấy mà không nhắc đến họ tên, chỉ tưởng tượng ra những nét thi vị bao quanh cuộc tranh đấu kia mà không vẽ lại trường hợp. Minh Đường đã thành công.

Vũ Hoàng Chương

(Phụ trách mục Tâm Tư Thời Đại)

Nhớ Trang

Vũ Thị Hải

Thôi nhé từ đây cách biệt rồi
Âm dương đôi ngả đã chia phôi
Nào ai dám nghĩ rằng Trang chết
Để đến giờ đây phải ngậm ngùi

***

Nhớ mãi Trang trong tà áo trắng
Nụ cười trong trắng nở trên môi
Áo trắng giờ đây loang máu thắm
Còn tấm thân Trang dưới mộ rồi

***

Chẳng bao giờ nữa thấy bạn xưa
Hết phút bên nhau, hết chọc đùa
Thôi nhé từ đây ta muốn gặp
mặt nhau, thì chỉ hẹn trong mơ

***

Đầu xanh nào đã tội tình chi
Trách kẻ cầm quyền chẳng nghĩ suy
Người chết chẳng bao giờ sống lại
Oán hận thì Trang cũng chẳng về

***

Đêm nay thương nhớ ngập hồn tôi
Gởi mấy vần thơ để tặng người
Biết gởi về đâu lời nhắn nhủ
Từ đây xa cách cố nhân ơi

Saigon 4-1-1964

Vũ Thị Hải

Điệp khúc Quách Thị Trang

Em chết
chưa đầy hai mươi tuổi
Đạn nổ vang vừng trán
Máu thấm nhuộm đường.
Quách Thị Trang

Em chết chưa đầy hai mươi tuổi
Mắt nhắm còn ngây thơ
Không chút căm thù
Em ngủ giấc ngàn thu
Quách Thị Trang

Em chết chưa đầy hai mươi tuổi
Cho tự do dân chủ
Cho lá cờ từ bi

Em bước trong quần chúng biểu tình
Trong hàng ngũ sinh viên
Cầm biểu ngữ đòi tự do tín ngưỡng
Quách Thị Trang

Em chết chưa đầy hai mươi tuổi
Vì vết đạn thù
Vì quân thú dữ

Tôi khóc trên mồ
Quách Thị Trang

Em chết chưa đầy hai mươi tuổi
Lịch sử này còn ghi
Quách Thị Trang

Thạc Bách
1963

Đi vào lịch sử

Tưởng niệm hương hồn nữ sinh Quách Thị Trang,
người đã bỏ mình cho Tự Do và Đạo Pháp trong
cuộc biểu tình của học sinh ngày 25-8-1963 tại công
trường Diên Hồng, Sài Gòn.

Công trường Diên Hồng đẫm máu
Ngày 25 tháng 8 năm 1963

Máu đỏ chan hòa
Trên tà áo trắng
Muôn ngàn cay đắng
Vĩnh biệt cuộc đời

Máu đỏ lệ rơi
Nghẹn ngào nước mắt
Nụ cười đã tắt
Thành phố đượm buồn

Bao nhiêu tiếc thương
Của mùa tranh đấu
Việt Nam yêu dấu
Phật Giáo trường tồn

Có một linh hồn
Đi vào lịch sử.
QUÁCH THỊ TRANG

Xuân Thanh Huyền - Đà Lạt
(Tuần báo Đuốc Tuệ số 8)

Phần mộ Quách Thị Trang tại chùa Phổ Quang
64/3 Huỳnh Lan Khanh, Phường 2, quận Tân Bình, Sài Gòn

KHÓC TRANG

Kính điếu Anh hồn
Thánh Tử Đạo Diệu Nghiêm
QUÁCH THỊ TRANG

Trời Việt Nam u ám
Thời gian như ngừng trôi
Và tim tôi lạnh buốt
Khi hay tin ... Trời ơi!

Thiên thần mang tin dữ
Lệ ướt đầm trên mi
"Không bao giờ về nữa
Bỏ muôn người, Trang đi"

Tê tái nhìn nấm mộ
Trang bây giờ nằm đây
Dù muôn người nức nở!
Dù chí nguyện đã đầy!

Nhớ hai lăm tháng tám
Trang cười trong gian nguy
Quyết tâm đòi CÔNG LÝ
Theo tiếng gọi Từ bi

Nhớ hai lăm tháng tám
Tiến bước vì TỰ DO
Sợ gì loài quỉ dữ
Trang thản nhiên reo hò

Nhớ hai lăm tháng tám
Trang đi đòi ĐỨC TIN
"Phật nạn, sao sống được
Dù phải liều thân mình"

Nhớ hai lăm tháng tám
Trang vùng lên hiên ngang
Giữa muôn làn đạn dữ
Bọn phi nhân kinh hoàng

Rồi Trang không trở lại
Lời nguyền buổi Tóc Xanh
Đấng Từ Bi chứng nghiệm
Trang về cõi Yên Lành

Ôi! Bao giờ còn nữa
Người con ngoan Gia đình!
Mẹ, chị, anh, em đợi
Ngày về trong quang vinh

Ôi! Bao giờ còn nữa
Nữ chiến sĩ Tự Do
Nêu cao gương Bất Khuất
Muôn đời không âu lo

Ôi! Bao giờ còn nữa
Người con Phật trung kiên
Vị thiên thần áo trắng
Lòng quả cảm vô biên

Ôi! Bao giờ còn nữa
Con cháu Đức Trưng Vương
Không bao giờ khiếp sợ
Dù gian khổ trăm đường!

Sao không về Trang ơi!
Mẹ già luôn mong đợi
Sao không về Trang ơi!
Họ hàng buồn vời vợi

Sao không về Trang ơi!
Để bạn bè đau khổ
Sao không về Trang ơi
Để muôn người nức nở

Trang đi
Để muôn người ở lại
Trang thác
Để muôn người được còn

Trang mong Tự Do đến
Mong Phật pháp Trường tồn
Hoa Tự Do đã nở
Trang cười không, Trang ơi!
Bây giờ thôi Phật nạn
Trang về đâu, Trang ơi!

Thôi thôi! Xin vĩnh biệt,
Người chiến sĩ sử xanh ghi.
Đường về bên Phật tổ,
Xin dọn đường Trang đi!

Đọc tại Nghĩa Trang Quân Đội,
Hạnh Thông Tây, Gò Vấp
20-12-1963

Nguyễn Hải Trí

(Bài này về sau đăng với bút danh
Nguyễn Minh Hoàng
trong mục Thơ của nhật báo Ngày Nay,
số ra ngày thứ Tư, 1-1-1964)

Hướng về Trang

Trang, Trang...
Mắt mờ thương cảm
Nét run nguệch ngoạc
Tôi viết tên em nguồn xúc động dâng lên...

Nhớ em Trang
Một chiều tháng tám
Dưới trời thu, mùa tranh đấu hăng say
Ánh đạo vàng chói sáng tuổi thơ ngây
Ánh đạo vàng hôm ấy
Chói hình em ngồi công trường đấy

Em biết chăng em
Hình người thanh nữ
Với suối tóc dài
Tầm vóc mảnh mai
Sao chứa đựng một tâm hồn quả cảm?
Niềm tin tưởng giúp thêm can đảm

Biểu ngữ giăng lên
Trước họng súng đê hèn
Vẫn quyết tình tranh đấu
Bước chân non vẫn tiến tới không lùi
Rồi hồn trinh thanh thoát hướng Phật đài

Hình dáng mảnh mai
Suối tóc ôm dài
Gục bên đại lộ
Tiếng súng rền vang, lòng người phẫn nộ

Ôi em Trang, em Trang...
Đất nước điêu linh, trời Nam giông tố
Em gây sức đấu tranh
Em tăng niềm phấn khởi

Em coi nhẹ công danh
Em hồn cao vời vợi
Em sức mạnh phi thường đẩy người tiến tới
Dấn mình... thèm khát tự do

***

Hôm nay đây
Cờ Phật giáo hiên ngang phất phới
Ánh đạo vàng vẫn ngời lên sáng chói
Với hình em vẻ thiên thần mát rợi

Thấp thoáng dưới đài sen
Đoàn thanh niên kiêu hãnh nhắc tên em
Trang dịu hiền
Đi vào lịch sử
Đem vẻ vang cho thanh nữ ngày nay.

Vân Nương
Tuần báo Đuốc Tuệ số 16

Tượng đài Quách Thị Trang (1964)
và Tượng Trần Nguyên Hãn (1965)
là dấu ấn quen thuộc của mọi người dân Sài Gòn

Cảm niệm Quách Thị Trang

Quách Thị Trang
Ôi Quách Thị Trang!
Thế giới ba ngàn một bóng trăng
Trên đời có một đóa hoa sen
Dập vùi vì lũ vô nhân đạo
Giết chết thân Trang một ánh đèn

***

Quách Thị Trang
Ôi Quách Thị Trang!
Tuổi xuân đang độ trăng tròn ấy
Cương quyết hy sinh vì tín ngưỡng
Chẳng sợ gian nguy chẳng sợ tù
Đấu tranh vì Đạo và Tình Thương

***

Quách Thị Trang
Ôi Quách Thị Trang!
Đời em lỡ gãy một cung đàn
Vì lũ giặc si mê, quân khát máu
Súng đạn tham tàn quân họ Ngô
Cướp mất đời em vũng máu đào

***

Quách Thị Trang
Ôi Quách Thị Trang!
Mười lăm tuổi mộng xuân xanh ấy
Để lại cho đời một nét son
Ghi mãi thâm tâm người tưởng niệm
Linh hồn Trang vẫn mãi mãi còn

***

Quách Thị Trang
Ôi Quách Thị Trang!
Giờ đây em đã bước sang ngang
Bên kia bờ giác ngạn huy hoàng
Hoa đàm sực nức vô ưu nở
Siêu thoát trần gian ngự thiên đàng

***

Quách Thị Trang
Ôi Quách Thị Trang!
Ngày em chết không lời thở than
Nụ cười anh dũng trên môi nở
Lòng vui hạnh nguyện được vuông tròn
Đẹp đẽ vô ngần tựa bài thơ

***

Quách Thị Trang

Ôi Quách Thị Trang!
Một đời Phật tử hiên ngang
Cười lên cái chết huy hoàng hồn thơ

Saigon 23-11-1963

Vi Thoại

Trích từ: ***Tình Ta Trong Tất Cả***

NỮ THÁNH TỬ ĐẠO QUÁCH THỊ TRANG

Quách Thị Trang ơi! Quách Thị Trang!
Còn đâu đôi mắt đẹp huy hoàng
Còn đâu thanh thoát lời kinh tụng,
Đâu bóng thơ ngây, nét dịu dàng!

Ôi nhớ ngày qua!... một sáng qua,
Hăm lăm tháng tám nắng chan hòa,
Muôn người vì đạo vùng mình dậy,
TRANG gục bên đàng, máu nở hoa[1]

Nay đã xong rồi cuộc đấu tranh
TRANG ơi! TRANG bỏ bạn sao đành!
Nơi đây, bao tiếng cười sum họp,
Nhắc tới TRANG mà lệ chảy quanh

Quách Thị Trang ơi! Quách Thị Trang!
Phương danh bừng ngát lộng hào quang,
Nghìn thu và mãi nghìn sau nữa,
TRANG sáng ngời trong Ánh Đạo Vàng!

Chùa Ấn Quang, 22 12 63

Phan Nhựt Minh

N.K.M.H.

Trích mục Hoa Muôn Phương
do Nhất Chi Mai phụ Trách

---

[1] "Máu tử đạo chảy đến đâu, hoa Đạo nở đến đấy!" Lời thầy Thích Giác Đức.

Đường về đau lòng đất,
Chất chồng những tiếc thương...

Nén hương bên mộ

Dư niệm một chiều
thăm mộ em Quách Thị Trang

Một chiều buồn nắng tắt
Mây trời lịm hồn ai
Gió lạnh thêm chua xót
Lá rụng trên đường dài

Bước đi đầy cỏ dại
Nẻo lạ ngập ngừng thôi...
Bãi tha ma hoang vắng
Héo hắt mộ em rồi

Khói hương lên lưu luyến
Gió nhè nhẹ lung linh
Lâng lâng lòng trìu mến
Huynh đệ một chân tình

Nghìn thu trong giấc ngủ
Hồn em giờ ở đâu?
Đông tây hay nam bắc
Ngậm ngùi lệ thấm bâu

Ngày xưa không xa lắm
Tóc xanh chưa phai màu
Môi hồng ướp duyên thắm
Mắt sáng tợ ngàn sao

Nay em xa vắng trường
Sách đèn gói lại hương
Đường về đau lòng đất
Chất chồng những tiếc thương

Giờ đây dưới huyệt lạnh
Em có hờn tủi không?
Hay vui cười vừa ý
Mừng cách mạng thành công

Mấy vần thay hoa trắng
Xin đốt theo hương tàn
Gửi chốn xa xăm ấy
Hồn thơ xây tháp tang.

Nguyễn P. Huệ

Bút đoàn Tuổi Xanh

Báo Dân Tiến,
Đô Thành Sài Gòn 1-1-1964

Đốt nén hương thơm khấn nguyện cầu

Tôi viết tên Trang cả triệu lần
Bao niềm thương tiếc lẫn phân vân
Hy sinh tranh đấu chống cường bạo
Muôn triệu con tim thoát ngục trần

Phật giáo sáng ngời trang sử mới
Non sông tưởng nhớ nữ anh hùng
Ngàn thu trân trọng người trinh nữ
Đốt nén hương thơm khấn nguyện cầu.

Tâm Hải

Lòng quả cảm và sự hy sinh anh dũng của **Quách Thị Trang** đã dựng lên giữa cuộc đời này một tượng đài sừng sững, cả về nghĩa đen lẫn nghĩa bóng...

VỀ BẾN CŨ

Tặng hương hồn Quách Thị Trang

Cúi đầu hồn vọng non sông
Buồn vây lớp lớp, sầu đong tháng ngày
Trào dâng tâm niệm hôm nay
Chỉ là quán trọ trắng tay phong trần

Đâu là đại ngã tương thân
Và đâu khởi điểm Chân Tâm thường còn?
Áo cơm nửa chuyện trăng tròn
Rèm mi một chớp, nỉ non một lời

Tâm linh dấy động mù khơi
Nhìn trăng luống những ngậm ngùi thở than
Nước non cách biệt đôi đàng
Mà nghe gió lộng dặm ngàn xa xa

Hướng dương em vẫy tay ngà
Ngoài kia dục vọng phong ba chuyển mình
Thiên thu một nét nguyên trinh
Hồn tan vũ trụ hiện hình hôm nay

Bao nhiêu tháng, bấy nhiêu ngày
Cánh hoa Bản thể tung bay cuối trời

Nghiệp duyên duyên nghiệp lâu rồi
Phút giây Giác Ngộ chợ đời lãng quên.

THANH TRÚC

Trích mục Thơ,
nhật báo Ngày Nay,
số ra ngày thứ Ba, 7-1-1964

Tưởng niệm

Gửi hương hồn Quách Thị Trang

Thôi rồi Trang đã ra đi
Còn đây cỏ mộ xanh rì tha ma
Tuồng đời khuất một tiếng ca
Quay lưng bụi vội xóa nhòa dấu chân

Hoa thơm quả chín thanh xuân
Cán cân đời bỗng lệch phần tử sinh
Trang vui đất mẹ u minh
Trút phàm thai trả cái hình phù du

Ở đây tháng bảy mưa thu
Tháng chạp khoác áo sương mù rưng rưng
Thiện tâm thú dữ động rừng
Trăm đầu sóng lớn dìm vầng trăng non

Tự Do khuyên một nét son
Tấm gương người, nguyện xin còn chúng tôi
Một hào quang đã về ngôi.

Phùng Kim Chú

Báo Ngày Nay, 18-3-1964

BÀN TAY CAO CẢ

Kính dâng trọn về **QUÁCH THỊ TRANG**

Bàn tay cao cả
Bàn tay, bàn tay trắng
Cũng xương, cũng thịt

Mềm, yếu đuối
Không sắt, không cây
Vì đại nghĩa, quyết hy sinh

Tâm hồn cao cả
Bàn tay cao cả
Nguyện trọn dời hy sinh vì lý tưởng

QUÁCH THỊ TRANG gương sáng
Kìa Mai Tuyết An dũng chí
Âu Dương Quy gan thép
Hy sinh không ngần ngại
Giành lại chút thiêng liêng

Bàn tay vung cao
Dẹp tan lũ ác thần
Tiêu hủy bọn cường hào
Noi gương Quảng Đức Bồ Tát

Ôi! Cao quý
Ánh sáng ngời cao cả

Quyết một dạ
Vì đạo Thiêng

Bùi Nguyên Tín

Tuần báo Đuốc Tuệ số 6,
Saigon, 4-4-1964

Sinh viên học sinh tưởng niệm tại quảng trường nơi Quách Thị Trang hy sinh

Hoài niệm Quách Thị Trang

Kính điếu anh hồn Thánh tử đạo
Diệu Nghiêm Quách Thị Trang

Còn gì để lại không Trang
Đìu hiu nấm mộ điêu tàn cỏ hoa
Hiên dài giấc ngủ yêu ma
Tiếng thơ tháng tám trầm ca điệu buồn.
Ngàn năm máu chảy về nguồn
Chùa cong mái đọng tình thương Phật đài
Thiên thần sứ giả Như Lai
Trang linh hiển thánh cho đời biết ơn
Trang còn để lại gì hơn
Này sen tín ngưỡng này hương đạo lành

Ngọc Minh

Trích trang 44, Tuần San VĂN năm thứ nhất,
số 10, ra ngày 15-5-1964

Người dân Sài Gòn tưởng nhớ sự hy sinh của Quách Thị Trang
nên đã đổi tên Chợ Bến Thành thành Chợ Quách Thị Trang
trong những năm 1964-1966.

Nguồn ảnh: Flickr - Photo by Michael Mittelmann, 1965

Tượng Quách Thị Trang được dựng vào năm 1964,
khi nơi đây chưa có tượng Trần Nguyên Hãn

Nguồn ảnh: Internet

Mũi súng oan khiên đã giết rồi,
Hết đời cô gái chớm đôi mươi.
Tên em viết giữa công trường lớn,
Sáng mãi nương theo bóng Phật đài...

KIÊN GIANG

(Trích từ bài thơ: Quách Thị Trang - Tên Em Viết Giữa Công Trường Lớn)

Toàn cảnh mặt trước Chợ Quách Thị Tra

ăm 1965, được đổi tên từ Chợ Bến Thành.

Nguồn ảnh: Flickr - Photo by Michael Mittelmann, 1965

Người dân Sài Gòn dù có đi đến cùng trời cuối đất
hẳn cũng không quên được hình ảnh
chợ Bến Thành và bùng binh Quách Thị Trang...

KHÓC QUÁCH THỊ TRANG

Đã một năm qua rồi, chóng thật ...
Tổ quốc này nước mắt còn rơi!
Sầu kia lắc mãi chưa vơi
Tiêu điều nhân thế hồn ơi hãy về!

Nghe tiếng cuốc não nề ai oán ...
Nhìn mây bay ngao ngán càng thêm
Chuyện trò chiếc bóng trong đêm
Chỏng trơ tâm sự, nỗi niềm đắng cay!

Nhớ người cũ thương vay, khóc mướn
Lệ khô rồi, tạm mượn vần thơ
Ngẫm xem tự bấy đến giờ
Đổi thay, biến chuyển, cuộc cờ ra sao?

Kìa vận nước lao đao, khốn khó,
Miếng bơ thừa to nhỏ, tranh nhau
Công trình tranh đấu trước sau...
Bốn phương man mác một màu hoa trôi!

Em bỏ đất du chơi cảnh Phật
Máu chan hòa, se sắt tim đau!
Hờn căm lên mắt đỏ ngầu
Tuổi thơ, thôi hết, còn đâu phút này!

Tà áo trắng ngưng bay, quằn quại
Đôi cánh tay mềm mại yếu dần
Thoắt đà lạnh ngắt toàn thân
Như Lai bỗng hiện xuống gần hé môi!

Hồn phơi phới cất đôi cánh mỏng
Lướt về nơi cuộc sống yên vui.
Dương gian chua xót ngậm ngùi
Gió mưa cảnh tượng, sụt sùi lệ rơi!

Tủi Trang lắm, Trang ơi nằm đó,
Thác oan rồi tuổi nhỏ sao đang?
Ôi thôi tất cả lỡ làng
Hỏi còn chi nữa, dở dang mất rồi!

Tú Kếu

Tháng 8-1964

QUÁCH THỊ TRANG

Quách Thị Trang
Quách Thị Trang
Tôi gọi em đau cổ
Tôi gọi em nghẹn lời
***

Quách Thị Trang
Quách Thị Trang
Nghe tin sét đánh
Tưởng đạn quân thù
xuyên giữa tim tôi

Lũ bá đạo đàn áp đấu tranh
Tự do
Bình đẳng

Chúng cướp cuộc sống em
Chúng cướp Tự Do tôi
Chúng cướp đài sen
Dập tắt niềm tin

***

Lửa Đạo vàng rực cháy
Máu Đạo vàng tuôn rơi

Bàn tay em
Bàn tay tôi
Bàn tay dân tộc

Vùng lên xé tan màn đêm tối
Đòi cho được thấy mặt trời

***

Quách Thị Trang
Quách Thị Trang
Tôi gọi em đau cổ
Tôi gọi em nghẹn lời

***

Quách Thị Trang
Quách Thị Trang
Hạnh phúc kết bằng máu
Tự Do xây bằng xương

***

Quách Thị Trang
Quách Thị Trang
Đêm đã tàn đêm, trời vừa bừng sáng
Bốn trời sen nở ngát hương
Phơi phới không gian vàng ÁNH ĐẠO
Trần gian vừa dựng tháp yêu thương

Bàng Nam

Báo Hành Động 26-8-1964

Tưởng niệm

Dâng hồn linh Quách Thị Trang

Đây vần thơ trắng viết dâng lên
Tưởng niệm hồn thiêng nhớ nỗi niềm
Lối cũ, xác hoa lê rũ rượi
Lệ sương ngưng đọng, rót bên thềm

Áo trắng giờ loang sắc máu tim
Buồn pha phố lạnh đứng im lìm
Dòng đời trót đã phai năm tháng
Hoa mộng đâu còn nóng máu tim!

Triều máu thanh xuân đổ nhiệm mầu
Mắt xanh khép chết nửa vòm sao.
Từng lời ca dậy tên em đó!
Vạn kẻ trần gian vẫn cúi đầu.

Gót nhỏ xa miền hoa cúc bay.
Mùa xuân về mỏi dáng trang đài
Tóc sầu giờ cũng buồn mây gió
Nhạt sắc, hoàng hôn nhớ áo bay

Hoài Song Thu
28-8-1964

Từ ngày 17-12-2014, tượng Quách Thị Trang
được tạm dời về Công viên Bách Tùng Diệp
(Ảnh nguồn: Báo Giác Ngộ)

HOA ĐẠO NỞ TRÊN MỒ

để chiêu niệm Thích nữ tử đạo
Diệu Nghiêm Quách Thị Trang

Hoa đời cài lên áo
Hoa đạo kết vào tâm
Đường lên: đường tử đạo
Nam Mô Quan Thế Âm!

Đường lên xương máu ngập
Cờ phất giục hồn ma
Gom hết niềm ô nhục
Nổi lửa đốt ngôi tà

Đạn vèo gieo máu đổ
Hoa gục giữa Diên Hồng
Phấn son vùi miệng hố
Cờ Phật phủ sen hồng

Trắng trinh lòng cát bụi
Thế hệ vẹn lời nguyền
Tinh anh hòa sông núi
Máu đạo trổ hoa thiền.

***

Hoa đời trao lòng đất
Hoa đạo nở trên mồ
Chuông ngân lời giải thoát
Máu kết chuỗi Nam Mô

19-12 PL 2507

Trúc Thiên

Trích nhật báo Ngày Nay,
số ra ngày 28/29/30-12-1964

LỬA THIÊNG NGÀY 20-8

Đúng nửa đêm, giờ thần đêm ngự trị
Ngày Hai Mươi tháng Tám, Sáu Mươi Ba

(Ôi đau thương còn khắc giữa lòng ta!)
Đúng nửa đêm, khi mặt trời vắng mặt
Và bếp lửa, và vì sao cũng tắt
Đúng nửa đêm: bỗng dậy tiếng reo hò

Trên con đường trùm bóng tối âm u
Xuất từ huyệt của Căm Thù, bọn chúng
Chân giậm giày đinh, tay ghìm báng súng
Tiến lên, tiến lên vây kín chùa thiêng
Nơi hai mươi thế kỷ ngự Niềm Tin
Ngự Sức Sống, ngự Linh Hồn Dân tộc

Rồi một tiếng hô lên, rồi hồng hộc
Chúng xông vào
cửa sập
dưới đèn khuya
Chúng hiện hình ra: họng súng lưỡi lê
Chĩa trước mặt. Hận Thù ngùn ngụt lửa

Rồi Thù Hận bùng ra trong tiếng nổ
Lựu đạn, liên thanh, chúng quét, chúng càn
Những gót giày đinh Ác Quỷ nghênh ngang
Đạp lên đất của tình thương
(hoa hồng ơi, tội nghiệp!)

Trong đêm tối của một ngày Lửa Thép
Của một mùa Pháp Nạn, chín năm qua ...
Ngày Hai Mươi tháng Tám, Sáu Mươi Ba
Bọn ác quỷ xông vào trăm cửa Phật
Xá Lợi, Ấn Quang, Từ Đàm, Báo Quốc ...
Bắt hàng ngàn Phật Tử, Tăng Ni

Dưới đêm khuya đối trước Mặt Từ Bi
Trước Bàn Tay Nguyện Cầu không bạo động
- Nghĩa là trước tinh thần Bi Trí Dũng

Bọn côn đồ khát máu lũ yêu tinh
Đã dùng lưỡi lê, súng thép, giày đinh
Để đánh đập, để băm vằm, để bắn
Để xô đẩy những người yêu ánh sáng
Vào ngục tù bóng tối của Ma Vương

Đêm Hai Mươi tháng Tám mùa Đau Thương
Máu linh chảy chan hòa lòng Đất Nước
(Lệ xin nhỏ cho vẹn tình sau trước
Tim xin đau cho nghĩa được vuông tròn)

Lửa Tiêu Diêu khuya Mười Sáu chưa tàn
Lửa Hỏa Ngục đã bừng lên, tiếp lửa
Tim Quảng Đức kết bằng hoa Giác Ngộ
Tượng kim cương hồn Đạo Pháp thiêng liêng

Dù chúng nung ngàn ngọn lửa, Con Tim
Vẫn không cháy
dù diệt chùa Xá Lợi
Tim Bất Diệt vẫn không hề diệt nổi

Và lửa thiêng Dân Tộc vẫn tràn dâng
Và bừng lên trong từng cánh hoa xuân
Dầu ngã gục dưới giông Thù bão Hận

(QUÁCH THỊ TRANG ơi! Hồn Em hãy nhận
Bó Hoa Vàng dân tộc kính dâng Em)

Và như triều biển dậy, Lửa bừng lên
Lửa bừng lên, bừng lên trong tiếng thét
Của Người Mẹ, khi căm hờn Sắt Thép
Đốn thây con gục chết giữa đường xanh

Lửa bừng lên trong nét chữ người Anh
Khi đặt bút ký lên Tờ Huyết Lệ
Ôi! Đất Nước sao mà yêu mến thế
Các Em tôi đứng dậy giữa Tờ Thư
Giữa truyền đơn, biểu ngữ , giữa lao tù

Và lửa vượt biên cương, bừng ánh sáng
Khắp cả năm châu - Lửa mùa Pháp Nạn
Ba Lê, Nhật Bản, Ấn Độ, Hoa Kỳ ...

Ngày Hai Mươi tháng Tám vẫn còn kia
Ta tưởng niệm bằng lửa hồn Em nhé

Xin tiếp lửa cho Tàn Đêm Thế Kỷ
Cho tương lai dân tộc hé môi cười.

TRỤ VŨ

Báo Hải Triều Âm số 18,
Sài Gòn, 21 tháng 10 năm 1965

Hoa hồng còn đây

Trích từ tập thơ Hành Hương
NXB Lá Bối - 1974

Em Trang chết rồi
Một tiếng súng nổ
Em Trang còn đó
Mặt trời lên ngôi

Hoa hồng muốn đỏ
Cần máu chim vương
Mặt trời muốn tỏ
Cần máu em tuôn

Em Trang nát thây
Mặt trời còn đó
Con chim gãy cổ
Hoa hồng còn đây.

Trụ Vũ
(Thu 2507)

(Sưu tập từ bản đánh máy
do chính tác giả gửi tặng.)

Hình bìa tập thơ đầu tay của nhà thơ Đỗ Nghê,
tức Bác sĩ Đỗ Hồng Ngọc, bản in ronéo năm 1967

EM CÒN SỐNG MÃI

Trích từ tập thơ Tình Người
của Đỗ Nghê (Đỗ Hồng Ngọc)
Xuất bản lần đầu tiên năm 1967

Góp bàn tay cho đều dòng nước chảy
Góp bàn tay cho gục đổ bạo tàn
Quách Thị Trang Quách Thị Trang
Em đã mất xác thân ngày hôm ấy
Mà em còn sống mãi đó nghe Trang

Có cần gì một con đường mang tên em
Một công trường hay một hoa viên
Vì tên em đã lồng khung tuổi trẻ
Vì tên em không còn là một tên riêng
Em đã mất xác thân ngày hôm ấy
Mà em còn sống mãi đó nghe Trang

Nhưng em đâu chỉ góp một bàn tay
Mà em góp một cuộc đời mới lớn
Một cuộc đời chưa đến tuổi hai mươi
Cho tình thương về lại với con người
Em đã mất xác thân ngày hôm ấy
Mà em còn sống mãi đó Trang ơi

Có những đôi vợ chồng mới cưới
Con đầu lòng ba má đặt tên Trang
Cho giấc ngủ ngày mai không còn sợ hãi
Khi mỗi người là một Quách Thị Trang
Em đã mất xác thân ngày hôm ấy
Mà em còn sống mãi đó nghe Trang

Và hôm nay những người đang mạnh tiến
Mang trong hồn hình ảnh Quách Thị Trang
Với những ngày nao nao trời tháng tám
Khi đoàn người trẻ tuổi bước hiên ngang
Quách Thị Trang Quách Thị Trang
Em đã mất xác thân ngày hôm ấy
Mà em còn sống mãi đó nghe Trang.

Đỗ Nghê (Đỗ Hồng Ngọc)
1964

● *Bài thơ viết năm 1964, sau khi Quách Thị Trang hy sinh, được đăng trên Nguyệt san Tình Thương và nhiều tờ báo khác. Năm 1967, bài thơ được in trong tập thơ đầu tay Tình Người, bản in ronéo do chính tác giả gửi tặng.*

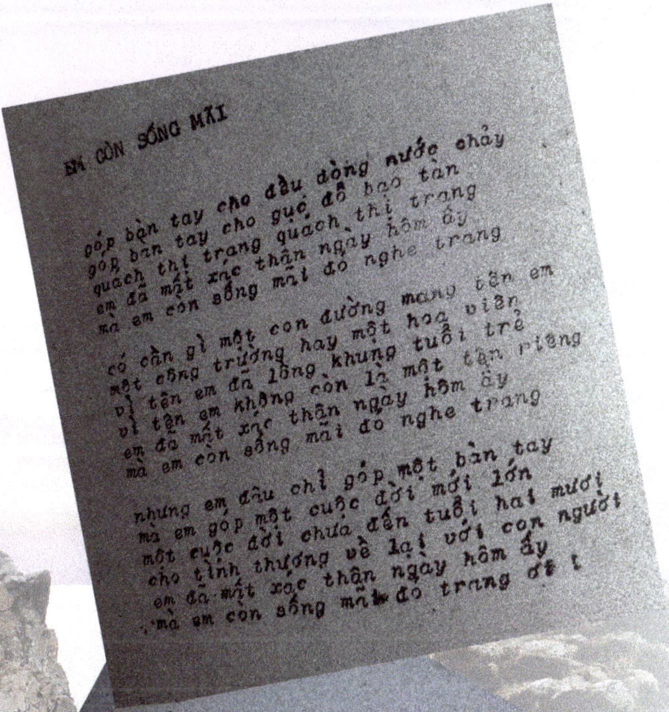

EM CÒN SỐNG MÃI

góp bàn tay cho đầu dòng nước chảy
góp bàn tay cho gục đổ bạo tàn
quách thị trang quách thị trang
em đã mất xác thân ngày hôm ấy
mà em còn sống mãi đó nghe trang

có cần gì một con đường mang tên em
một công trường hay một hoa viên
vì tên em đã lồng khung tuổi trẻ
vì tên em không còn là một tên riêng
em đã mất xác thân ngày hôm ấy
mà em còn sống mãi đó nghe trang

nhưng em đâu chỉ góp một bàn tay
mà em góp một cuộc đời mới lớn
một cuộc đời chưa đến tuổi hai mươi
cho tình thương về lại với con người
em đã mất xác thân ngày hôm ấy
mà em còn sống mãi đó trang ơi !

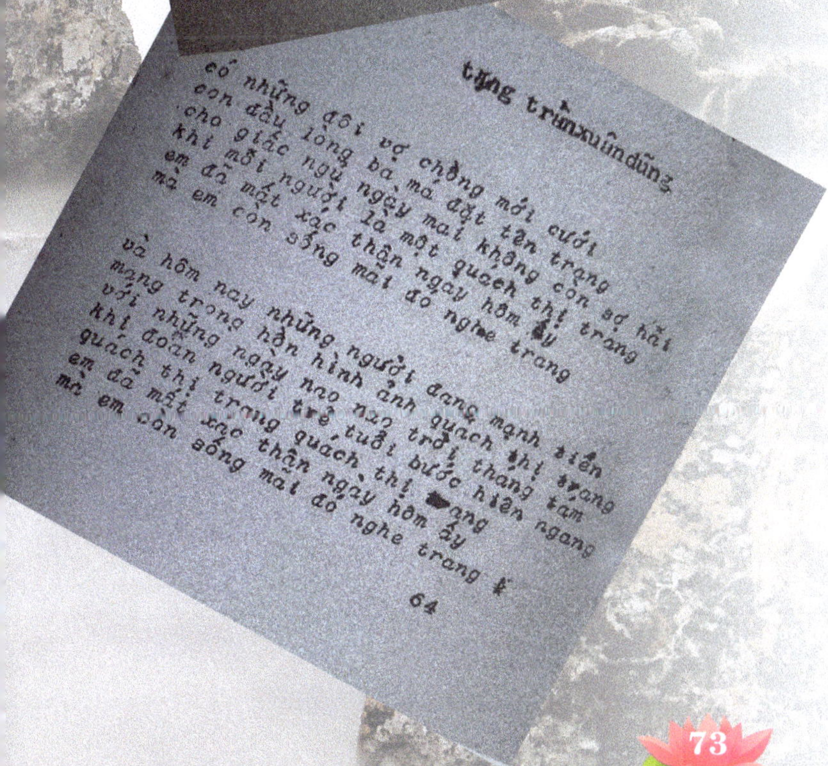

tặng trầnxuândũng

có những đôi vợ chồng mới cưới
con đầu lòng ba má đặt tên trang
cho giấc ngủ ngày mai không còn sợ hãi
khi mỗi người là một quách thị trang
em đã mất xác thân ngày hôm ấy
mà em còn sống mãi đó nghe trang

và hôm nay những người đang mạnh tiến
mang trong hồn hình ảnh quách thị trang
với những ngày nao nao trời tháng tám
khi đoàn người trẻ tuổi bước hiên ngang
quách thị trang quách thị [illegible]ang
em đã mất xác thân ngày hôm ấy
mà em còn sống mãi đó nghe trang !

64

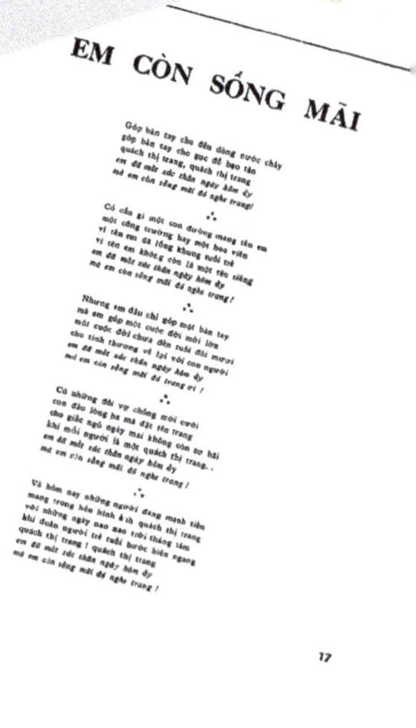

EM CÒN SỐNG MÃI

Góp bàn tay cho đều dòng nước chảy
góp bàn tay cho gục đổ bạo tàn
quách thị trang, quách thị trang
em đã mất xác thân ngày hôm ấy
mà em còn sống mãi để nghe trang!

∴

Có cần gì một con đường mang tên em
một công trường hay một hoa viên
vì tên em đã lồng khung tuổi trẻ
vì tên em không còn là một tên riêng
em đã mất xác thân ngày hôm ấy
mà em còn sống mãi để nghe trang!

∴

Nhưng em đâu chỉ góp một bàn tay
mà em góp một cuộc đời mới lớn
một cuộc đời chưa đến tuổi đôi mươi
cho tình thương về lại với con người
em đã mất xác thân ngày hôm ấy
mà em còn sống mãi để trang ơi!

∴

Có những đôi vợ chồng mới cưới
con đầu lòng ba má đặt tên trang
cho giấc ngủ ngày mai không còn sợ hãi
khi mỗi người là một quách thị trang...
em đã mất xác thân ngày hôm ấy
mà em còn sống mãi để nghe trang!

∴

Và hôm nay những người đang mạnh tiến
mang trong hồn hình ảnh quách thị trang
với những ngày nao nao trời tháng tám
khi đoàn người trẻ tuổi bước hiên ngang
quách thị trang! quách thị trang
em đã mất xác thân ngày hôm ấy
mà em còn sống mãi để nghe trang!

17

Hình bìa Nguyệt san Tình Thương số 8 - phát hành tháng 8 năm 1964 và bài thơ Em Còn Sống Mãi của nhà thơ Đỗ Nghê (Bác sĩ Đỗ Hồng Ngọc) ở trang 17.

Hoa Trang hương sách

Nước Việt từ sau buổi xuống đường,
Hoa Trang dòng dõi ngát thư hương.
Trên bờ năm tháng soi thân phận,
Liễu hết thời khoe họ Đế vương!

Vũ Hoàng Chương

Tháng 10-1964
Trích tập thơ Ánh Trăng Đạo Lý

Tập thơ Ánh Trăng Đạo Lý
của Vũ Hoàng Chương,
do Nha Tuyên Úy Phật Giáo ấn hành
vào năm 1966

HOA TRANG THÀNH TƯỢNG

Các ngả trôi về muôn tiếng vang,
Trái tim rung
cho đất rung theo nhịp chèo liên giang.

Chuông bay lên cùng nắng gieo vàng,
Giữa tiết Trùng dương ngày Tái tạo.

Nghe mạch nước hồi tâm
Bát ngát những thanh âm kỳ ảo;

Đây! Nơi đây thành tượng
Mùa thiêng Hoa Trang!

Ôi, mùa hoa Quách Thị Trang,
Hoa Học Trò bất diệt!

Còn nở mãi trên muôn dòng nhiệt huyết
Của tuổi tròn trăng, của tuổi bình minh,
Của thế hệ đôi mươi lớp lớp có nghiêng mình

Trước màu vàng tươi ánh Đạo.
màu trắng ngát hương trinh!

Nhớ một sớm, đau niềm đau dân tộc,
Trang bước lên, miệng hoa cười gió lốc.
Cánh hoa gầy loang đỏ máu thư sinh.

Chỉ một cánh hoa gieo khối bất bình
Mà phút chốc, cả hồn thiêng Cách Mạng
Đã giấy mực cựa men say
bướm bay dòng phấn bảng;

Nét chữ bừng soi sáng
Hào khí muôn đời một hiển linh!
Trang, từng trang sách vở,
Thấp thoáng in hình:

Nam, Ngãi, Sài đô, Thuận hóa,
Bàn tay giao cảm đinh ninh,
Nguyền kéo theo gươm, súng, bút đăng trình.

Lửa Từ Bi thắp lên rồi Chính Nghĩa
Hoa Học Trò xuống tiếp lệnh Hy Sinh,
Bạo lực ấy phải cùng thiên tuyệt địa
Chờ tan thây trong tiếng nổ lôi đình

Ngày Một tháng Mười Một
Trước đây vừa một năm
Giữa khoảng hai hồi chiêu mộ,
Hồn Trang đã nhập vào tiếng nổ
Cùng núi sông trời bể thét hờn căm.

Dưới mưa đạm một hình rơm sụp đổ,
Và trong tiềm thức chúng tôi
Thần tượng Hoa Trang
Thể hiện ngay rồi.

Nay, sóng lớp phế hưng tiếng gào cấp thiết,
Dương mắt ngó Đông Tây
Ngàn sợi dây oan nghiệt,
Ánh thép xưa hoài cảm phút mài trăng;

Viễn ảnh còn nguyên sóng dậy đất bằng.
Nơi tám ngả công trường
Hịch vải chưa nhòa khí tiết

Chúng tôi đặt:
Với tinh thần bất diệt
Của cuộc đấu tranh
Mười tám tháng trước đây,
Tượng Quách Thị Trang
Người nữ sinh hào kiệt,
Để thiên thu trường cửu đối cao dày.

Trời nghiêng đất lệch có ngày
Đá kia tượng vững chí này trơ trơ.

Vũ Hoàng Chương
Saigon 1-11-1964

Trích trang 28, tập thơ Ánh Trăng Đạo Lý,
Nha Tuyên Úy Phật Giáo ấn hành - 1966

Bài thơ này sau đó được in lại
trong tập thơ **Bút Nở Hoa Đàm**,
do Vạn Hạnh xuất bản năm 1967

TƯỢNG QUÁCH THỊ TRANG

Tiếng thơ mùa loạn

Lẽ Từ Bi truyền ra cho Bạo Lực
Quỳ xuống nơi đây!
Dưới gót ngươi máu lệ tràn đầy.

Và xương tuỷ chúng sanh
khúc đã khô queo
khúc còn dính thịt.

Xương máu ấy từ lâu rên siết;
Mẹ Việt Nam
Trời! đau đớn dường bao!

Ngươi lại hôm nay quỷ sứ nhập vào
Tay chém giết lộ nguyên hình rắn rết
Toan xông lên chà đạp nữa hay sao?

Hãy quỳ xuống buông cánh tay phun nọc
Rũ bàn tay ngón trót mọc gươm đao!
Mũi nhọn ấy xỉa mười phương tim óc
Của quê hương... Lòng Mẹ xót như bào!

Con rắn ấy với hai đầu đòn sóc
Mổ dọc ngang; thân Mẹ vốn gầy hao!
Đã đến lúc ngươi cầu xin tội lỗi;
Đây Việt Nam Quốc Tự nhịp gieo vàng.

Đã đến lúc ngươi quay đầu sám hối;
Chuông Giáo đường kia chẳng cũng khua vang?
Dân lành giữa phút tâm tang
Lòng đau nhóm lửa sẵn sàng.

Hai mươi tám ngôi sao lệ rỏ
Ngấn bạch lạp trên quan tài hiện rõ;
Tình yêu tổ quốc chân thành
Một với tình thương mười loại chúng sanh.

Mưa trút xuống cày sâu trang sử ngỏ
Giòng nước mắt dài theo đường Tí Ngọ;
Tình yêu nhân loại bao la
Một với tình thương muôn dặm sơn hà.

Lẽ Từ Bi truyền cho ngươi, Bạo Lực!
Xoá đi mau hình quỷ bóng ma,
Từ trong ẩn ức,
Trong mặc cảm, và ngay trong tiềm thức;

Để về đây huynh đệ một nhà;
Với bản lai diện mục,
Với hồn thiêng núi sông này chung đúc
Bốn ngàn năm vào một sát na!

Cảm thông, Đất Mẹ chưa già,
Cành Nam may có nở hoa thanh bình.

Vũ Hoàng Chương

Trích tập thơ Ánh Trăng Đạo Lý,
Nha Tuyên Úy Phật Giáo ấn hành - 1966

Chân tình của em

Sao em còn khóc
Ngày mới lên rực ánh mầu
Nắng đẹp viền trên mái tóc

Em khóc vì lỡ mộng trầu cau
Không tròn duyên ước?

Không
Em khóc bao nhiêu người nợ nước
Máu anh hùng xây đắp quê hương

Bạn em, người nữ sinh nhỏ
Mang giòng máu Lạc Hồng
Chống lại cùng giông bão
Chị đã ngã gục để vun bồi Cách Mạng

Buổi sáng
Trong lớp học còn có chị

Buổi chiều
Theo lớp người biểu tình
Chị đã hy sinh

Giữa lòng đất lạnh
Một nắm xương tàn

Ai còn thương tiếc
Hãy đặt vòng hoa trắng
Để muôn đời nhớ mãi tên TRANG.

Tuần Báo Phụ Nữ Diễn Đàn

KÍNH VIẾNG QUÁCH THỊ TRANG

Kính viếng linh hồn Quách Thị Trang
Cầu siêu cúng Phật một tuần nhang
Trương cờ đả đảo quân tàn bạo
Nổ súng chi hờn lũ sói lang

Đã quyết đem thân cùng đất nước
Từ nay nổi tiếng với giang san
Đầu xanh sớm phủ vòng hoa trắng
Quốc sử ghi riêng quyển sử vàng

Quất Hiên
Vũ Duy Thiện

(Tập San Khổng Học)

Tượng Quách Thị Trang trước Chợ Bến Thành (hình trên)
đã di dời về công viên Bách Tùng Diệp (hình dưới)
kể từ ngày 21/11/2014

Áo trắng máu đào

Kính viếng hương hồn
QUÁCH THỊ TRANG

Guồng máy quay nhanh
lao vào guồng máy
hăng say

guồng máy khởi động
ào ạt
băng băng
nghiền nát bạo tàn hung ác
đập tan độc tài! tiến tới tự do

đoàn người cuồn cuộn
đoàn người biểu tình
bước chân rầm rập
đi nhanh! đi nhanh

tiến lên!
rừng truyền đơn, rừng biểu ngữ
tự do! tự do!

bạo tàn còn ngự trị
hung thần và ác quỉ
nét mặt sa tăng
đằng đằng sát khí

ma trắc loạn cuồng
lưỡi lê sáng rực
vây quanh
đoàn người chùn bước
ngần ngừ

có một nàng con gái
màu áo trắng tinh anh
tóc xõa bờ vai nhỏ
mắt rực lửa căm hờn
không ngần ngừ, không do dự
tiến lên
đơn độc!

tung truyền đơn biểu ngữ
tự do, tự do bất diệt
bạo quyền, bạo lực ra tro

đàn sói lang hùng hổ
mặt ngầu tia máu đỏ
đoàng... đoàng... vang súng nổ
khói bay bay mù mịt

Nàng áo trắng lảo đảo
rồi lệ rơi máu đổ
máu căm hờn,
máu hy sinh
nhuộm hồng vai áo trắng

Trang ơi! Trang ơi!
guồng máy quay nhanh
quay tít
căm hờn
hất tung độc tài
sa tăng chết chẹt

tự do trên hết!
thành công!
áo trắng máu đào
đi vào lịch sử
vào tâm tư
thương nhớ
hư vô...

TK

(c.v. Ngàn Hồng)
Tập san Xuân Gia Long - 1963

Bìa và nội dung nhạc phẩm **Em Là Vì Sao Sáng** của nhạc sĩ Nguyễn Hiền, được sáng tác và phát hành lần đầu tiên năm 1964 và tái bản rất nhiều lần sau đó, đã trở thành ca khúc quen thuộc của nhiều thế hệ thanh thiếu niên Gia Đình Phật Tử Việt Nam.

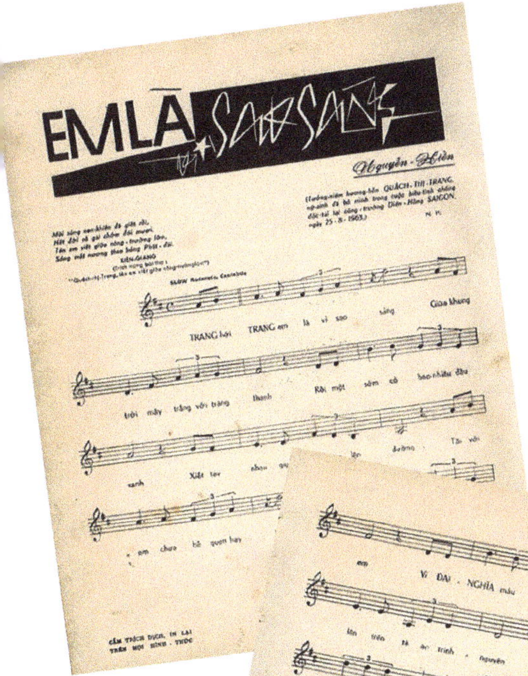
EM LÀ
Nguyễn-Hiền
TRANG hỡi TRANG em là vì sao sáng

Vì ĐẠI-NGHĨA máu em đã hòa
Rallentando
FINE
5

Em là vì sao sáng

Nhạc & Lời: Nguyễn Hiền

EM LÀ VÌ SAO SÁNG

Nhạc & Lời: Nguyễn Hiền

(Tưởng niệm hương hồn QUÁCH THỊ TRANG,
nữ sinh đã bỏ mình trong cuộc biểu tình chống
độc tài tại Công trường Diên Hồng, Sài Gòn,
ngày 25 - 8 -1963)

Trang hỡi Trang em là vì sao sáng
Giữa khung trời mây trắng với trăng thanh
Rồi một sớm có bao mái đầu xanh
Siết tay nhau giục giã em lên đường.

Tôi với em chưa hề quen hay biết
Xót xa nhiều khi nhắc đến tên em.
Vì đại nghĩa máu em đã hòa thêm
Thắm tô lên trên tà áo trinh nguyên.

Nhưng hôm nay tưng bừng
Non sông đang vui mừng
Đâu bóng hình em giữa trời quê hương?

Những mái tóc chấm vai
Sân trường tìm đâu thấy
Em thơ đùa trong ánh nắng ban mai.

Tôi khóc em trong chiều nay mây tím
Nén hương lòng tôi thắp nhớ tên em
Hình hài mất nét tinh anh còn đây
Giữa muôn tim, em còn mãi không phai.

Tập san Lửa và Máu
số đặc biệt Xuân Giáp Thìn 1963
với hình Quách Thị Trang ở trang bìa

MÁU

I.

Rừng rực lửa hờn khơi tự trước
Máu hồng sôi sục chảy trong thân;
Đã nghe thúc giục lời non nước,
Sắt thép khinh nhờn giẫm bước chân.

Cuồn cuộn sóng người đổ lại đây,
Sài Gòn nhốn nháo phút giây này.
Gió căng biểu ngữ phơi trong nắng,
Từng chữ hằn lên nỗi đắng cay

Tay ngà hợp với cánh tay xương,
Vung giữa không gian ngập nắng vàng.
Tay của thư sinh quen bút thép,
Cùng nhau kết chặt vững thành đồng.

Nhịp bước dập dồn trên lối rộng,
Người người nét mặt rất say sưa,
Kiêu hùng đi giữa khung trời đẹp.
Phơ phất gió vờn bay áo tơ.

Đàn hổ cuồng điên giương súng thép
Nổ bừa vào giữa đám thư sinh,
Đạn đồng đôi tiếng kêu phừng phực,
Nghe thét đâu đây giọng thất thanh.

Tượng Quách Thị Trang tại Công viên Bách Tùng Diệp

Bỗng ngã trên đường cô thiếu nữ,
Áo tơ trắng đẫm máu hồng loang.
Ngực thanh tân xoáy sâu hun hút,
Nguồn máu trào ra loang mặt đường.

Máu của những người muôn thuở trước,
Chảy trong huyết quản giống Rồng Tiên.
Ngày nay đổ xuống tan vào đất,
Cho thấm nghìn năm một tiếng nguyền.

Ôi! máu thanh niên, máu thanh niên,
Thấm đỏ nghìn năm một tiếng nguyền.

II.

Máu hồng in vết trên đường nhựa,
Vì lũ người say, khát máu xương.
Căm hận đoàn người dừng bước lại,
Khinh khi nhìn bọn quỷ vô thường.

Vương nhoài tấm áo trên nền đất,
Tóc biếc buông ôm lớp cát đường;
Trong mắt oán hờn còn đọng lại,
Người lưu biết mấy cái bi thương!

"Thôi đã chết rồi!" "Sao biết chết?"
Người than nhỏ nhẹ, kẻ gầm vang.
Gườm nhau sóng mắt long lanh lửa,
Lửa ngụt căm thù lửa oán than.

Những chiếc dùi cui vung vùn vụt,
Những tay súng thép ngắm lườm lườm.
Đói mồi đàn cọp xô nhau tới,
Vây những thư sinh phút loạn cuồng.

Cánh tay mảnh khảnh đưa lên đỡ,
Những vút đòn đau giáng hãi hùng.
Những chiếc thân mai run rẩy dưới,
Dùi cui loang loáng bủa không ngừng.

Cánh tay chỉ biết quen ngòi bút,
Nay chống làm sao với súng gươm.
Cuồng loạn diễn ra tàn bạo quá,
Kẽm gai từng cuộn nối bưng đường

Kiếm trần xỉa xói lùa gom lại,
Tay sắt tung người lên các xe.
Ánh mắt thư sinh nhìn phố thị.
Mỉm cười. Xe thét cất mình đi.

Bị về đâu hỡi những thanh niên?
Máu sẫm còn phơi mặt nhựa đen.
Người đã đi rồi lưu dấu vết,
Giục muôn người khác đứng vùng lên.

Máu hồng đã thấm sâu lòng đất,
Cây tự do mai sẽ nở hoa.

Nguyễn Hùng Trác

Trích mục Thơ, nhật báo Ngày Nay,
số ra ngày thứ Tư 15-1-1964

Sưu tầm và tuyển chọn:
Quách An Đông
Biên tập và trình bày:
Nguyễn Minh Tiến
Bìa sách:
Họa sĩ Đình Khải
Nhà Xuất Bản Liên Phật Hội
Tháng 2 - 2024

www.ingramcontent.com/pod-product-compliance
Lightning Source LLC
LaVergne TN
LVHW020118081026
849580LV00013B/1943